चांदण्यांची फुले

सिद्धी दिलीप घाडगे

माझे आजोबा आणि मोठ्या वडिलांस समर्पित...

अनुक्रमणिका

अनुक्रमणिका

प्रस्तावना

शांत निळाशार समुद्र... तेवढीच शांत ती सुध्दा... तिच्या नाजूक पावलांना भिजवणाऱ्या लाटा... हवेवर उडणारे ते मुजोर केस... सूर्याची लालिमा चेहऱ्यावर पसरून चमकणारे डोळे....

पण...

पण, आज त्या डोळ्यात आनंद मुळीच न्हवता... काय होते मग... काहीच तर नाही... भावनाशून्य झालेली का ती... नाही, नाही... अस का होईल, सर्व तर छान चालू होते ना... पण तिच्या नजरेत ते छान होत का... कधीच नाही... काय न्हवते तिच्याकडे... सगळे होते, अगदी सगळे... पण, कदाचित तिला ते नको होते ... कारण, ती वेगळी होती... सगळ्यांपासून वेगळी...

जस जसा तो सूर्य अस्ताला जाऊ लागला, तस तसे तिचे डोळे भरून येऊ लागले... कदाचित आता आयुष्यातल्या प्रकाशाप्रमाणे सुर्यप्रकाशाने देखील तिची साथ सोडली असावी... हो, तिला प्रकाश हवा होता... तिच्या अंधारलेल्या विश्वाला झळाळी देणारा प्रकाश... हरवलेला का तो तिने... सर्वच अनुत्तरित... सर्वच असंबंध...

आणि...

एक लखलखणारा टपोरा थेंब निसटला... निसटलाच, कारण बहुतेक त्याच बाहेर येणे तिला मान्य न्हवतं... थोपवून धरले होते त्याला, पण निसटलाच... असच काहीसे झाले असावे का तिच्या

आयुष्यात... चिंब झालेला तो चेहरा... हरलेली का ती... की दुखवलेली... किती काही असेल ना तिच्या मनात... समजून नसेल का घेतले तिला कोणीच... की तीच सर्वांपासून लांब आली असेल... खूप वेळ झाला आहे... आता जणू ते डोळ्यातलं पाणी पण आटले आहे...

काय हवे असेल तिला...

की स्वतःलाच शोधत आहे ती...

मंद मंद पडणारी तिची पावले कुठे चालली आहेत... वाट हरवली आहे का ती... की तीच अस्तित्व...

सर्व शांत आहे... ती सुद्धा शांत झाली आहे आता... वातावरणात हालचाल चालू झाली आहे... पहाटेची चाहूल...ही पहाट तरी देईल का तिला तिच्या प्रश्नांची उत्तरं... की पुन्हा अडकेल ती त्या खोल गर्तेत... कदापि नाही... तिने खंबीर व्हायलाचं हवे... पण का... ती नाही का तिच्या विश्वात राहू शकत... प्रत्येक वेळी जबाबदारी मधे यायलाच हवी का... एक मुक्त स्वच्छंदी जीवन नाही का जगू शकत ती... नाही, कारण हा अट्टाहास पण तिचाच होता ना...जबाबदारीच्या साखळ्यांनी जखडून घेतले होते तिने स्वतःला... ते जीवघेणे वजन पेलत पण ती उभी राहिली... यशस्वी झाली... पण मग आता ते सुख का नकोसे झाले आहे तिला... एकटी पडली आहे का ती... सुखाच्या हिंदोळ्यावर तरंगणारी ती, अचानक का अशी अश्रूबरोबर विरघळत गेली... नजरेने गारद करणारी ती, आज हरवल्यासारखी का वाटतेय...

हळू हळू त्या सुर्यप्रकाशाने पुन्हा तिचा चेहरा झळाळून निघतोय... तिला तिच्या प्रश्नांची उत्तरं मिळाली नसली तरी, ती आता शांत भासतेय... जणू तिला तिच्या आयुष्यातल्या प्रकाशाचा मार्ग गावसलाय... पण ती घाबरलेय का... पुढे पाऊल टाकायला... का घाबरेल... भीती ही तिच्या गावी नाहीच जणू... मग कसला गोंधळ हा... पुढची शाश्वती नाहीये का... की निर्णय चुकला तर होणाऱ्या परिणामांना सामोरे जायची तिची तयारी नाहीये... अशी कशी तयारी नाही... कोलमडून जाणाऱ्यातली ती नाही... ती **राणी** आहे...

हो...

राणी... एकटीने साम्राज्य सांभाळणारी... धगधगत्या आगीप्रमाणे नुसत्या झळांनी समोरच्याला अर्धमेला करणारी... करारी...संयमी... आणि... अजिंक्य!!!!

विखुरलेल्या या राणीच्या आयुष्यातील प्रकाशाचे काही कवडसे म्हणजे *चांदण्यांची फुले*...

ऋणनिर्देश, पावती

'चांदण्यांची फुले' हा काव्यसंग्रह माझ्या आयुष्यात आलेल्या प्रत्येक व्यक्तीसाठी एक कृतज्ञतेची पावती आहे. हा काव्यसंग्रह सगळ्यात आधी माझ्या आईबाबांच्या हातात असेल, हे समाधान मी शब्दात नाही व्यक्त करू शकत. वयाच्या १८व्या वर्षात पदार्पण करताना, मी जे काही शिकले त्याचा एक अंश म्हणजे माझा हा सर्वात पहिला काव्यसंग्रह!

लिखाणाची देण म्हणजे माझ्या बाबांची देणगी! लहानपणापासून अगदी शब्दांचे उच्चारण ते स्पर्धेचे भाषण इथंपर्यंत प्रत्येक गोष्टीमध्ये बाबांनी केलेले मार्गदर्शन माझ्या लिखाणाचा नकळत पाया बनवून गेले. तिसरीमध्ये लिहिलेली पहिली 'फुलपाखरु' ही कविता आईला दाखवताना झालेला आनंद आमच्या दोघींच्या अगदी लखख स्मरणात आहे. शालेय जीवनात मला लाभलेले सगळे शिक्षक माझ्या या प्रवासात माझे गुरू द्रोणाचार्य ठरले. वेळप्रसंगी रागावून, समजावून प्रत्येक गोष्ट लक्षात आणून दिली. निबंध, भाषण, लेख, निवेदन ह्या सगळ्यांमधून जगासमोर निर्भीडपणे उभं राहायला शिकवले, ते माझ्या शिक्षकांनी! विचारांना दिशा देऊन माझ्यातल्या मला शोधायला प्रवृत्त केले. अगदी छोट्या कामगिरीवरसुद्धा कौतुकाने थाप दिली. आज ते माझ्या आयुष्यात नसते तर, ना 'सिद्धी दिलीप घाडगे' हे नाव मुखपृष्ठावर असते, ना 'चांदण्यांची फुले' कधी साकारली गेली असती!

माझे मित्रमैत्रिणी, माझे पूर्ण कुटुंब यांनी मला कळत नकळत दाखवलेली वाट, स्वतःच अस्तित्व निर्माण करण्यासाठी दिलेला

प्रकाश हा खरंच माझ्या पंखात बळ देणारा ठरला. लॉकडाऊनच्या काळात प्रतिलिपीवरील बऱ्याच लेखकांशी ओळख झाली. काही अगदी जिवाभावाच्या मैत्रिणी मिळाल्या. एकमेकींच्या साहित्याला प्रोत्साहन देताना, आपले स्वतःचे साहित्य निर्माण करण्याची ओढ नकळत जागृत झाली आणि तिथूनच या पुस्तकाचा प्रवास सुरु झाला. कवितेच्या विषयापासून ते तिच्या यमकापर्यंत छोट्या छोट्या गोष्टींमध्ये मिळणारे मार्गदर्शन मला सदोदित प्रेरणा देणारे होते.

तुम्ही सगळ्यांनी मला दिलेला हा 'विश्वास' शेवटपर्यंत सार्थ ठरवण्याचा मी नक्की प्रयत्न करेन. माझ्या ह्या प्रवासात माझ्यासोबत असणाऱ्या सगळ्यांची मी मनापासून ऋणी आहे. माझ्यावरचा हा विश्वास आणि ही सोबत कायम माझ्या पाठीशी राहू द्यावी, ही सदिच्छा...

1. कायम

जीवनात पुढे जाताना, ठेच लागून पुन्हा उभ राहताना..
अपयशाला झुगारून, यशाला नतमस्तक करताना..
कधीतरी वादळ झेलताना, कोलमडून पुन्हा उभं राहताना..
देवाला दिवा लावताना आणि स्वप्नांकडे वाटचाल
करताना...
आई बाबा, तुम्ही कायमचं सोबत आहात!

2. राझी

हात हाती असताना, विश्वास गाठी असताना,
आशीर्वाद माथी असताना, भीती उरी कशाला...
नाहीच आहे भीती, नाही कसली पर्वा,
समर्थ आहे राझी ती, गरुडासम झेप घ्यावया...

वाट आहे खडतर तरी, जिद्दीचे पंख सोबती,
साम्राज्यच्या उंबऱ्यावरती, तिच्या पराक्रमाची नांदी...
धगधगत्या आगीसम, विचारशृंखला धगधगती,
लढवय्यी आहे ती, जशी तलवारीची अस्मानी पाती...

असे काही वाचले की, एक झुंजार, लढवय्यी, पराक्रमी आणि
खंबीर स्त्री डोळ्यासमोर उभी राहते ना...!
माझ्याही डोळ्यासमोर आहे... माझी ताई!
कवितेतील प्रत्येक शब्दागणिक जेवढा प्रकाश जाणवतो,
त्यापेक्षा कितीतरी ‘तेजस्वी’ आहे ती...

3. सुखाची परिभाषा

कृष्णेच्या काठावर,
कातरवेळी गजबजलेल्या घाटावर,
हळुवार उठणाऱ्या तरंगावर,
प्रसन्न गंधित झुळूकेवर,
आहे सुखाची परिभाषा...

नतमस्तक झालेल्या चरणावर,
अगणित प्रश्नांच्या नवसावर,
जास्वंदीच्या पिवळसर कुक्षीवर,
दुर्वांच्या लवलवणाऱ्या पात्यांवर,
आहे सुखाची परिभाषा...

लहानग्यांशी नाते सांगणाऱ्या वेदांतावर,
भक्तीचा मार्ग दाखवणाऱ्या लंबोदरावर,
अश्रूंची किनार पुसणाऱ्या एकदंतावर,
चेहऱ्यावर गोड हसू देणाऱ्या वक्रतुंडावर,
आहे सुखाची परिभाषा...

सात घाटांच्या प्रत्येक पाषाणावर,
कृष्णामाईच्या सदोदित कृपेवर,
विश्वेश्वराच्या अखंड अभिषेकावर,
पाठीशी स्थिरावलेल्या स्वामींच्या वरदहस्तरावर,

आहे सुखाची परिभाषा...

खामकरांच्या केसरी पेढ्यावर,
मांढऱ्यांच्या चमचमीत फरसाणावर,
प्यासाच्या आंबा मस्तानीवर,
कृष्णामाई उत्सवाच्या गोड आमटीवर,
आहे सुखाची परिभाषा...

साताऱ्याच्या हृदयावर,
वाईच्या मंदिरांवर,
मानाच्या सुवर्ण तुऱ्यांवर,
वाईकरांच्या स्वाभिमानावर,
आहे सुखाची परिभाषा...

सुखं म्हणजे काय असते,
समाधानाचंच दुसरं नावं असते...
माझ्यासाठी वाई,
तुमच्यासाठी तुमचं गावं असते...!

सुखाची परिभाषा,
खरंच सोपी असते...
म्हणलं तर मोदकाएवढी,
म्हणलं तर कृष्णेएवढी असते...!

4. अवखळ

तेजोमय चंद्र आणि लुकलुकत्या चांदण्या...
संथ झुळूक वाऱ्याची आणि जाणिवा बावऱ्या...
शांत होते सारे पण हरवलेल्या संवेदना...
कसे उमजावे सारे, दाटून आलेल्या भावना...

प्रेमाचा आनंद की विरहाची हुरहूर....
जवळच होते सारे, पण वाट जाते दूर....
पुन्हा त्या क्षणांची आस लागे मनाला...
काहीच शाश्वती नाही ह्या बावरलेल्या जीवाला...

पुन्हा कधी पाहायला मिळेल, चांदण्यांच्या सोबतीने, चंद्र
तोच आपल्या आकाशी....
सारे निद्रिस्त असताना, उद्याची स्वप्ने हाताशी....
श्वासात गुंतलेले श्वास, अबोल भीती उराशी....
विरहानंतरचे प्रेम आणि डोळ्यात आसवे जराशी...

पाहशील ना वाट, येईन मी तुझ्याच जवळ....
राजाच्या राज्यात, राणीचे हसू अवखळ...

राजा राणीची कथा म्हणजे आपल्या हृदयातील एक
आनंदाचा कोपरा! अशीच एक कथा माझ्या वाचनात

आलेली आणि त्या कथेतील शेवटचा क्षण कवितेत मांडण्याचा मी प्रयत्न केला. दोघांचा विरह, पुन्हा कधी भेटू यांची किंचीत पण शाश्वती नाही, तरीही आनंदाने आहे ते क्षण जगणारे राजा राणी...

किती साधे, सोपे आणि सरळ वाटते ना सारे! बऱ्याच प्रेमकहाण्या अशाच तर असतात... पण एका लेखकाच्या नजरेतून बघितले तर जे प्रेमात असणाऱ्या व्यक्तीला दिसणार नाही, ते दत्त म्हणून त्यांच्या मनाच्या उंबऱ्यात हजर असते! असेच काहीसे माझ्याही बाबतीत झाले...

'समोर विरह नशिबात लिहिला असला तरी आजचा क्षण आनंदात जगला पाहिजे', हा किती सार्थ विचार त्या दोघांनी मांडला. खऱ्या आयुष्यात पण आपण हे अनुभवतोच की! कुठेतरी मनाला याची खात्री असते की, आज जे क्षण आपण जगतोय ते पुन्हा कधी अनुभवायला मिळतीलचं, असे नाही... तरीसुद्धा आजच्या चाफ्याचा सुगंध उद्या नसणार म्हणून आजच्या सुगंधलादेखील दुर्लक्षित करणे, हे थोडे वेडेपणाचेच नाही का?

आयुष्यात प्रत्येक वाटेवर प्रत्येक क्षण, प्रत्येक व्यक्ती सोबत असेलच असं नाही ना... आज आपण जे जगत आहोत, आज आपल्या सोबत ज्या व्यक्ती आहेत त्यांना योग्यप्रकारे न्याय देऊन आठवणी तयार करणे, हे आपल्याच हातात असते. आज समोर असणारी व्यक्ती उद्या समोर काय, या जगात असेलच असे नाही... मग जे आता सोबत आहेत त्यांना मनभरून जगुया ना... ते क्षणचं आपली भविष्यात सोबत करणार आहेत... विरहाच्या अग्नीत जळण्यापेक्षा त्याचं व्यक्तीला रोज एका नवीन आठवणीने आपल्या मनात चिरंतन ठेवूया... आपण पूर्णवेळ आनंदात तर नाही राहू

शकत पण, ज्या गोष्टींमुळे आपल्याला त्रास होतो त्यांना योग्यप्रकारे मार्गाला लावून एक शांत, आनंदी आयुष्य नक्कीच जगू शकतो!

थोडे अवघड जाईल हे पण, एकदा आयुष्याकडे याच दृष्टिकोनातून बघायची सवय लागली की काही मार्ग नव्याने गवसतील! आपल्या आयुष्यातल्या बऱ्याचशा अडचणी आपण त्यांना जास्त महत्त्व देतो, म्हणून सोबत असतात...

अडचणींची कास धरण्यापेक्षा आनंदाची धरली तर, निर्मळ मनाने समोर येणारा प्रत्येक क्षण तुमचे आयुष्य चाफ्याच्या सुगंधाप्रमाणे प्रसन्न करेल, यात शंकाच नाही...!

5. कवडसा

अंधारली वाट आणि निरभ्र आकाश...
मिणमिणत्या प्रकाशात सोबतीची आस....

अनेक वाटा दिसताना, भांबावलेले क्षण...
गोंधळलेले सारे आणि बिथरलेले मन....

अशात येतो दृष्टीस, एक छोटा कवडसा....
एक मंद झुळूक आणि सहवास हवाहवासा...

थरथरणाऱ्या हातांना ऊब त्या स्पर्शाची...
कातरवेळी जशी मिळे अवनीस सूर्याची...

सुरू झाला एक प्रवास, विश्वास अन् समर्पणाचा....
ताऱ्याच्या प्रकाशात, अंधुकशा काजव्याचा...

6. आठवणी

निळ्याशार डोळ्यात तुझ्या, हरवत मी गेले.....
हरवत असताना त्या सागरात, वाहवत मी गेले.....
वाहवत तरी कसे जावे, जबाबदारीने बांधले गेले...
तुझ्या माझ्या आठवणींसोबत, कायमचं चालत राहिले...

7. स्वरधार

सारेच छान असताना, छान वाटत नाही...
मंद हवेची झुळूक, आता हसू आणत नाही...

चाफ्याचा सुगंध, दरवळण्या आधीच विरून जातो...
आशेची किरणे, सूर्य अस्ताला घेऊन जातो...

निखळ हसू पाहून, मनी तरंग उठत नाहीत...
स्थिर त्या सावलीत, मन मात्र शांत होत नाही...

काळजीचे बोल, आता नकोसे वाटतात...
बाहेर पडण्याआधीच, पावले उंबऱ्यातून मागे फिरतात...

खोल त्या गर्तेत, आता मी अडकत आहे...
अंधाराची ओढ आणि विचारांचे काहूर आहे...

अश्रूंच्या धारांचा अविरत प्रवाह आहे...
कान्हा, बासरीची धून खरंच का रे निरस आहे...

नको हा निरसपणा, नको अश्रूंची किनार...
कान्हा, पुन्हा गवसेल ना आयुष्याची स्वरधार...

माझ्या वयाच्या जवळजवळ सर्वांची व्यथा कवितेत मांडण्याचा प्रयत्न मी केला आहे. ह्या उमलत्या वयात विचारांची मुळे पक्की होण्यास सुरुवात होते. प्रत्येक छोट्या गोष्टीकडे बघण्याचा दृष्टिकोन बदलत जातो. नवीन विचार जन्म घेत असतात. हे सर्व तोपर्यंत दिशादर्शक असते, जोपर्यंत विचारांची दिशा खुंटते आणि आजूबाजूची प्रत्येक गोष्ट निरस वाटायला लागते!

अभ्यास, स्वप्न, मित्रमैत्रिणी, आईबाबा, नव्याने दृष्टीस येणाऱ्या जबाबदाऱ्या या सर्व भोवतालच्या गोष्टी आपल्या विचारप्रक्रियेवर एवढा ताबा घेतात की, कधीकधी 'स्वत्व'चं निसटून जाईल की काय, ही भीती मनात बसते आणि मग प्रत्येक छोटी गोष्टी त्रासदायक ठरते. आपल्या हातात काय आहे, ह्यापेक्षा आपल्याला हे का मिळत नाहीये, ह्यात मन गुंतून राहते. राग, चिडचिड तर जणू आपले जीवभावाचे मित्र होतात. संयम, शांतता नभीच्या चंद्राप्रमाणे दूरदूर भासू लागतात. असे नसते की आपल्याला काय योग्य, काय अयोग्य याची जाणीव नसते. जाणीव असते, पण मनात असूनदेखील न घडणाऱ्या गोष्टींचा त्रास खप मोठा वाटायला लागतो. 'तडजोड' हृदय आणि मेंदूच्या वादामध्ये कधीच हार मानते. निरसपणा अगदी सवयीचा होतो आणि अशा वेळी आठवते ती कृष्णाची प्रसन्न बासरी...

आयुष्याच्या ह्या पटलावरील ही चाल कोणालाच चुकलेली नाही. म्हणूनच, ह्या सारीपाटाचे स्वामित्व ज्याच्याकडे आहे अशा त्या कान्हाकडे मैत्रीचा हात पुढे तरी करून बघा... तुम्ही जिथे आशा सोडाल, तिथे तो मंद हसत तुम्हाला मार्ग नक्की दाखवेल... अगदी तसाच जसा अर्जुनाला दाखवला होता!

8. आयुष्य

आयुष्याबद्दल काय बोलावं, किती वाचावं आणि किती
लिहावं...
लिहिताना सुचत नाही, वाचताना भान राहत नाही...
लिहून वाचून झाले तरी, उमजेल असं नाही...
उमजले सारे तरी, प्रश्न सुटतीलच असं नाही...
प्रश्न सुटले तरी, आयुष्य जगता येईलच असं नाही...

आयुष्य म्हणजे काय आहे, क्षणक्षणाचा खेळ आहे...
खेळ हरला जिंकला तरी, समाधान मात्र खूप आहे...
हरून जिंकलो तर, कौशल्याची दाद आहे...
जिंकून हरलो तरी, न संपणारी वाट आहे...

आयुष्य सोपे की अवघड, हा न सुटणारा प्रश्न आहे...
सोपे अवघड असले तरी, जगण्यात मज्जा आहे...
अवघड असले तरी, सोपे करण्याची ताकद आहे...
सोपे असले तर, अवघड करून जगण्यात कसब आहे....

आयुष्याचा कागद आपला आहे, रंग आपल्या हातात
आहेत...
स्वतः रंगवून आनंदी राहायचं...की दुसऱ्याच्या रंगात रंगून
आनंदी राहायचं...

ज्याचा त्याचा प्रश्न आहे कारण, आयुष्याचे चित्र ज्याचे
त्याचे वेगळे आहे....
ज्याचे त्याचे वेगळे आहे....

9. मैत्री

त्याच्या सुरांनी नाद गुंजला आणि
शब्द तिला सुचत गेले...

पाऊस त्याच्याकडे पडला आणि
चिंब तिचे मन झाले...

कागद त्याने हातात घेतला आणि
चित्र तिचे उमटत गेले...

त्याने हातात रुमाल घेतला आणि
अश्रू तिचे वाहू लागले...

पण...

अश्रूंची किनार आता, आठवणींमध्ये विरली आहे...
चित्राचे त्या रंग, अलगद पसरत आहेत...
चिंब मन आता, स्वच्छंद बागडत आहे...
शब्दांची त्या कविता, आकार घेत आहे...

कारण...

मैत्रीच्या सुरांना शब्दांचा ताल गवसला आहे!!!

10. रातराणी

एकटी ती रातराणी...
अगदीच कोमेजून गेली..
गंधावाचून विरला श्वास...
अन् क्षणात तिची रया गेली..
सारे होते शांत शांत...
प्रवाहाची मंद गती..
आनंदाची झुळूक देखील...
नजरेआड झाली..
काजव्याचा प्रकाश अन्...
विरून गेली चांदणी..
चंद्र गेला ढगाआड...
विरहाचे दुःख मनी...
सारेच झाले निःशब्द, भकास अन् निरस.....
कारण, एकटी ती रातराणी...
बहरावाचून निजली....

रातराणी... रात्रीच्या किर्रर्र अंधारात स्वतःच्या अस्तित्वाची प्रचिती देणारी! रात्री जर कुठून हलकासा तिचा सुगंध आला तर, वातावरण कुंद होते. धुंद सुगंधाने सर्वांना सोबत करणे, हे जणू तिच्या नसात भिनलेले...

अशी ही रातराणी कधी कोमेजत नसेलच का...? कोमेजते, ती सुद्धा... अविश्वासाचे शिंतोडे उडाल्यावर, स्पर्शासाठी आसुसलेल्या नजरा बघितल्यावर, बाहुलीप्रमाणे सजीवत्व काढून घेतल्यावर, प्रत्येक निर्णयात दखल दिल्यावर, काहीच न जाणता कमजोर ठरवल्यावर, तिच्या अधिकारांची निर्घृण हत्या केल्यावर, तिच्या सामंजस्याची लक्तरे वेशीवर लटकवल्यावर... कोमेजतच असेल ना ती!

व्यक्तिस्वातंत्र्य हे रातराणीला नसतंच जणू... प्रत्येकवेळी तिचे अधिकार डावलून स्वतःचे मत तिच्यावर लादून मिळणारा असुरी आनंद उघड्या डोळ्यांनी बघत असते ती! कधी लढायचा प्रयत्न केला तर, रात्री होणाऱ्या त्या अगणित किंचाळ्यांचा आवाज चार भिंतीत विरून जातो... ना तिची ती आर्त साद कोणाच्याच हृदयाला भिडत, ना मनात कधी एक माणुसकीचा किरण जन्म घेत! ती सहन करते, खूप करते... कधी स्वतःच्या मुलांसाठी, कधी स्वतःसाठी, कधी समाजासाठी, कधी आईबाबांच्या इज्जतीसाठी आणि... आणि मग त्या सहनशक्तीचा अंत झाला की दिसतात ते फक्त प्राणहीन देह! जिवंत असून 'नरक' अनुभवणाऱ्या चालत्या बोलत्या बाहुल्या! तिचे हे दिखावे नाही झेपत तिलाच... आणि मग एकटी ती रातराणी बहरावाचून निजते, कायमचीच!

11. तू नाहीस ना...

ओल्या पापण्या अन् चिंब डोळे, ते पुसायला तू नाहीस ना...
अगणित हुंदके अन् अपुरे श्वास, ते सावरायला तू नाहीस ना...
गाण्याच्या ओळी अन् बेभान आक्रोश, ते ऐकायला तू नाहीस ना...
थरथरणारे शरीर अन् हसऱ्या वेदना, ते बघायला तू नाहीस ना...

12. चाफ्याची दरवळ

ती आली आणि समोर उभी राहिली,
हातात फोन आणि बॅग मखमली...
अस्वस्थ वाटली, चंचल वाटली,
कोणालातरी शोधल्यासारखी नजर भिरभिरी वाटली...
आता ती हळूच मागे वळली,
मनात माझ्या चाफ्याच्या सुगंधासारखी दरवळली...
माझी नजर तिच्यावर स्थिरावली,
तिची नजर मात्र केसांच्या झुपक्याने झाकून गेली...
केसांना मागे सारून वैतागल्यासारखी वाटली,
काजळाची ती रेघ ठोका चुकवून गेली...
काळ्याभोर डोळ्यांमध्ये पाण्याची सावली,
आणि त्या केसांच्या झुपक्यावर पुन्हा ती रागावली...
रागानेच त्या केसांना अस्ताव्यस्त गुंडाळली,
तरीही काही खोडकर बटांनी तिची मज्जा घेतली...
आता मात्र ती खरंच रडण्यावर आली,
नाकाच्या त्या शेंड्यावर अलगद लाली पसरली...
तेवढ्यात फोनची घंटी वाजली,
ओठांच्या पाकळ्यांनी प्रश्नांची सरबत्ती चालू केली...
हळू हळू शांत होत, एकदा खुदकन हसली,
मंद मंद पावले टाकीत लांब लांब गेली...
तिची चाफ्याची दरवळ कायमच स्मारणात राहिली,
कोण होती ती, जी केसांच्या झुपक्यासारखी बहुतेक मला

सिद्धी दिलीप घाडगे

सावरून गेली...

13. चांदण्यांची फुले

अंधारले विश्व,
विश्वात बंदिस्त,
बंदिस्त मन,
मनाचे खेळ,
खेळायचा डाव,
डाव विखरलेला,
विखरलेले विचार,
विचारांची कोंडी,
कोंडलेला श्वास,
श्वासांचे हिंदोळे,
हिंदोळ्यांचे तरंग,
तरंग विरणारे,
विरलेली वाट,
वाट धूसर,
धूसर चांदण्या,
चांदण्यांची फुले,
फुलांचा गंध,
गंध वेडावणारा,
वेडावणारी झुळूक,
झुळूक सुगंधी,
सुगंध रातराणीचा,
रातराणी बहरलेली,

बहरलेले रंग,
रंगांचे क्षितिज,
क्षितिजाची ओढ,
ओढ प्रकाशाची,
प्रकाशाची साथ,
साथीचा दिलासा,
दिलासा नजरेचा,
नजर गुंतलेली,
गुंतलेले धागे,
धागे प्रेमाचे,
प्रेमाची चंद्रकोर,
चंद्रकोर चमकणारी,
चमकणारे पैंजण,
पैंजणांची साद,
साद आपुलकीची,
आपुलकी बंधांची,
बंध जुळलेले,
जुळलेले शब्द,
शब्दांची कविता,
कवितेची वीण,
वीण खोप्याची,
सुगरणीच्या कलेची!!!

❧❧❧

आपले आयुष्यसुद्धा असेच असते ना... एक कडी सुटत नाही तोपर्यंत आपण दुसऱ्या कडीत अडकत जातो! ह्या कड्या कधी आनंदाच्या असतात, तर कधी दुःखाच्या...

प्रत्येक कडीचे एक स्वतंत्र अस्तित्व असते. प्रत्येक कडीची स्वतःची एक कहाणी असते. ती कडी अनुभवताना कधी कधी आपल्या विचारांचा कस लागतो, तर कधी कधी विचारांना प्रगल्भत्वाची धार येते. कड्यांच्या ह्या प्रवासात सर्वांत सुखद असतात, त्या अनपेक्षितपणे आनंद देणाऱ्या कड्या! बऱ्याच वेळा अपेक्षित आनंदापेक्षा अनपेक्षित मिळणारा आनंद अधिक काळ टिकतो. आनंद ही मनाला प्रसन्नता देणारी अनुभूती आहे. तो कमी आणि अधिकच्या तराजूमध्ये तोलता येणे अशक्य! मोगऱ्याची कळी उमलल्यावर होणारा आनंद आणि स्वतःच्या छोट्या कळीला हातात घेताना होणारा आनंद, ह्यांची तुलना नाही होऊ शकत कारण हा प्रत्येक आनंद आपापल्या ठिकाणी स्वतःचे काम अगदी चोख करतो. शेवटी काय, 'आनंदाच्या कड्या गुंफून आयुष्य सुकर बनवणे', ही कला आपल्याला जमली पाहिजे!

आणि दुःखाच्या कड्यांचे काय...?

आयुष्यात माणूस एकवेळ सर्व सोडून देईल पण झालेला त्रास, दुःख, अवहेलना, अपमान कधीच नाही विसरू शकत! विसरू शकत नाही कारण त्याला विसरून पुढे गेलो तर सुखाचे अनेक क्षण आपली आतुरतेने वाट पाहत आहेत, याची जाणीवचं आपल्या मनाला नसते. आपण तिथेच गुंतून राहतो आणि ते सुखाचे क्षण वेळेप्रमाणे आपापल्या मार्गी निघून जातात. आज माझ्यासोबत हे झाले, म्हणून महिनाभर आता मी कोणाशी बोलणार नाही ह्यापेक्षा आज झाले, उद्याचा दिवस तर मी आनंदीचं करेन, ही विचारधारा हवी. आयुष्यात दुःख नाही, असा व्यक्ती ह्या भूतलावर नाही. जिथे समस्या आहे, तिथे समस्येचे उत्तरसुद्धा आहे. समस्येला गोंजारून उत्तराचे मार्ग कधीच उघडत नाहीत. चुका

होतात पण, त्यांना सुधारून पुढे जात राहणे हाच तर नियम आहे ना... चुकलो तर लोक काय म्हणतील, ह्यापेक्षा 'चुकलो' तर मी अजून काहीतरी नवीन शिकेन, हे डोक्यात घट्ट रुजायला हवे!

आयुष्याचे सार ह्याच कड्यांमध्ये आहे, प्रत्येक गोष्टीची फक्त मज्जा घेता आली पाहिजे... आनंदाचा पुनर्जन्म आणि दुःखाला मोक्ष मिळवून द्यायला ज्याला जमले, त्याला जगातला सर्वात सुंदर आनंद गवसला...!

14. मोगरा

दुपारची वेळ होती, रखरखते ऊन होते,
सावलीच्या शोधात मी, थोडी घामेजलेली होते...
दिसता बाक तरुखाली, वेगात पावले टाकीत होते,
गाठूनी मग बाक तो, अलगद तिथे विसावले होते...
डोळे बंद करुनी मी, लांब श्वास घेत होते,
समोरच्या लाटांचा खेळ, कानाने अनुभवत होते...
कुठूनसी अलगद मग, त्या सुगंधात गुंग होते,
मोगराचं होता तो, ज्याची साद मी अनुभवत होते...
साद ऐकून मन, तोल ढळू पाहत होते,
हृदयाचे बंड मी, पापण्यांसहित स्वीकारले होते...
उघडून मग अक्षु, मोगऱ्याच्या शोधात होते,
बाजूलाच बसलेली ती, पण मी अजून दुर्लक्षितच होते...
मग पुन्हा डोळे बंद करुनी, मी मोगऱ्यात विरत होते,
स्मरणात आल्या काही आठवणी, मी अश्रूंनी भिजत होते...
उठून गेली ती, मीही मग सावरले होते,
भूवरी विसावलेली ती कळी घेऊन, मी मार्गस्थ झाले होते...

15. तू हस ना...

रम्य त्या कातरवेळी, आभाळ दाटून येती...
विचारांचे की पाण्याचे, यात मन गुंती...
गुंतता मनी, हृदय डाव साधी...
आसवांची रिघ, तुला भेटण्यास आतुर होती...
आतुर त्या आसवांची, समजूत कशी काढू...
तुझ्या विरत चाललेल्या गंधाला, कुठे बरं साठवू...
तुझ्या बोलांच्या प्रतीक्षेत मी, कसे क्षण थांबवू...
तुझ्या त्या भासांमध्ये, कसा गं हरवत जावू...
हरवताना मी, सावरायला येशील ना...
चुकताना मी, ध्रुवतारा दाखवायला येशील ना...
हरताना मी, उभारी द्यायला येशील ना...
रडताना मी, हसवायला येशील ना...
आणि मग,

मी हरवून जाईन तुझ्या हास्यात...
काळ्याभोर तुझ्या डोळ्यांत...

माझ्या नजरेने लाजशील तू...
खळखळून हसायची थांबशील तू...
हसायची थांबलीस की मी पुन्हा म्हणेन,

परत एकदा, हस ना...

परत एकदा, लाज ना...

16. निकाल

निकालाच्या अश्रूंची काय कथा सांगावी,
कोणा घरी अश्रू तर, कोणा घरी मिठाई असावी!

कित्येक जागलेल्या रात्रींना माहिती असतं,
घड्याळाची टिक टिक किती भयंकर असते...
कित्येक अंधारलेल्या गजरांना माहिती असतं,
अपूर्ण झोपेची फिकीर सूर्याला नसते...

डोळ्यासमोर फिरणाऱ्या अक्षरांना माहिती असतं,
वळत नसले तरी कळण्यात तथ्य असते...
लिहून दुखलेल्या मनगटांना माहिती असतं,
प्रयत्नांना कधीच वेदना नसते...

अचूक उत्तरांना माहिती असतं,
उत्तराचे मूळ प्रश्नातच असते...
आलेल्या निकालाला माहिती असतं,
प्रयत्नाशिवाय गत्यांतर नसते...

म्हणूनच,

निकालाच्या अश्रूंची काय कथा सांगावी,
कोणाची हारजीत तर, कोणाची गरुडझेप असावी!

❧❧❧

शाळा, परीक्षा आणि निकाल हे सर्वांनाच न चुकलेलं गणित! अभ्यास, रोजचा गृहपाठ, उजळणी, पाढे या सर्वांशिवाय शालेय आयुष्य म्हणजे बिना सुगंधाचा चाफा...

शाळेत असताना केलेला अभ्यास, छोट्या छोट्या गोष्टींमध्ये दाखवलेली उत्सुकता, अगणित चुका आणि शिक्षकांचा ओरडा या सगळ्यामुळे तयार झालेली विचारांची दिशा पुढील आयुष्यात अत्यंत महत्वाची ठरते कारण आपल्या व्यक्तिमत्वाची मुळे इथेच रुजतात आणि इथेच आकार घेतात.

परीक्षा म्हणजे केवळ मिळालेले गुण नसून भूक लागलेली असताना सुद्धा अवघड गणित सोडवताना केलेला आटोकाट प्रयत्न, बाईंची एक कौतुकाची थाप मिळवण्यासाठी रात्री जागलेले काही जास्त तास, आईने रागावून करून घेतलेला गृहपाठ आणि कामावरून दमून येऊन सुद्धा बाबांनी रात्रभर घेतलेल्या अभ्यासाचा आकडा असतो, हे ज्या क्षणी उमगते तिथेच त्या निकलांची सार्थतासुद्धा कळते. माझ्या शालेय आयुष्यात आई, बाबा, ताई, मामा, माझे शिक्षक यांनी प्रत्येक छोट्या गोष्टींमध्ये मला एवढे प्रोत्साहित केले की ठरवून सुद्धा अभ्यास आणि गुणांचा आलेख सहसा कधी खाली आला नाही.

पुढारलेल्या विचारांचे बरेच नमुने आजकाल ऐकायला मिळतात. लहानपणी पालक आपल्या मुलांना जबरदस्ती अभ्यास करायला लावतात, मारतात हे चुकीचे आहे वैगेरे! पण मला माझ्या आईबाबांनी याबाबतीत जो दृष्टिकोन

दिला तोच आज मला पुढे प्रगती करताना उपयोगी पडतो. मुले लहान असताना जर त्यांच्या मनात जिद्द पेरली, प्रथम क्रमांक आल्यावर मिळणारी कौतुकाची थाप किती महत्त्वाची असते सांगितलं तर मला नाही वाटत की मुलं परीक्षार्थी होतील... अभ्यास आणि सर्वांगीण विकास या दोन्ही गोष्टी वेगवेगळ्या असल्या तरी त्यांचा आपापसातील संबंध इथेच घट्ट केला जातो. अभ्यासाबरोबरच आईबाबांनी कधीच स्पर्धेमध्ये भाग घेण्यास नकार नाही दिला. निबंध, वक्तृत्व, चित्रकला, गायन, कार्यानुभव, प्रकल्प या सगळ्यासाठी आईबाबांनी जी तयारी करून घेतली ती कदाचित आज लाखो रुपये भरून सुद्धा कोणी करून घेणार नाही. मुळातच, त्यांच्या उपस्थितीत 'कोचिंग क्लास' या घटकाची आवश्यकता कधी भासलीच नाही. अभ्यास आणि स्पर्धा या सर्वांचा योग्य ताळमेळ साधायला, त्यांनी हात धरून शिकवले.

आजकालच्या पालकांचा दृष्टिकोन, विचार करण्याची पद्धत जरी वेगळी असली तरी माझ्या आईबाबांनी ज्या क्षमतेने आमच्या शालेय जीवनाचा योग्य तोल साधला आहे, तो नक्कीच माझ्यासाठी दिशादर्शक होता. म्हणूनच, *'हारजीत'* पेक्षा *त्यांनी गरुडझेप घेण्यासाठी पंखात भरलेलं बळ आजच्या ट्युशन क्लासमध्ये विकत घेता येत नाही!*

17. विचार

विचारांचे विचारांशी वैर आहे...
विचारांचे विचारांशी सैख्य आहे...

विचारांच्या विचारात भावना आहेत...
विचारांच्या विचारात कृती आहे...

विचारांची विचारांशी हारजीत आहे...
विचारांची विचारांशी एकजूट आहे...

विचारांना विचारांची गरिबी आहे...
विचारांना विचारांची श्रीमंती आहे...

विचारांनी विचारांचा जन्म आहे...
विचारांनी विचारांचा मृत्यू आहे...!!!

18. दोन ध्रुवांवर दोघे आपण

दोन ध्रुवांवर दोघे आपण,सांग कधी भेटू का,
बंध तोडून दोघे आपण,क्षितिज कधी होऊ का...।।धृ।।

तुझ्या सादांचे तीव्र झंकार, माझ्या हवेत उमटती...
तुझेहरवलेले शब्द, माझ्या कवितेत भेटती...
तुझ्या गुपित कथा, माझ्या कळ्या सांगती...
तुझ्या ओढीची आस, माझ्या डोळ्यात दिसती...।।१।।

तुझ्या तारसप्तकाची लय,माझ्या शब्दांत उमटती...
तुझे विरलेले सुगंध, माझ्या श्वासात भेटती...
तुझ्या मनीचे विचार, माझ्या चांदण्या सांगती...
तुझ्या प्रसन्नतेचे तरंग, माझ्या बागेत दिसती...।।२।।

तुझ्या हास्याचे रंग,माझ्या चित्रात उमटती...
तुझे भरकटलेले मन, माझ्या श्रावणसरींत भेटती...
तुझ्या हृदयाची हाक, माझ्या पापण्या सांगती...
तुझ्या केसांची भुरभुर, माझ्या फुलपाखरांत दिसती...।।३।।

तुझ्या दुःखाची छटा,माझ्या डोळ्यात उमटती...
तुझे लपलेले हसू, माझ्या प्रतिबिंबात भेटती...

तुझ्या डोळ्यांची झिलाई, माझ्या खळ्या सांगती...
तुझ्या स्पर्शाचे शहारे, माझ्या पैंजणात दिसती...॥४॥

19. तू असताना...

दुपारची वेळ होती. कॉलेज लवकर सुटलेले म्हणून मी लवकर घरी येत होते. ट्रेनला गर्दीसुद्धा न्हवती! ट्रेनमधून उतरले तर टीसीसमोर होते. मी माझे तिकीट दाखवले आणि निघत होते तर त्या टीसीने एका आजोबांना थांबवून तिकीट मागितले. त्यांच्याकडे बरेचसे सामान असल्याने पिशवीत खाली गेलेले तिकीट शोधायला त्यांना वेळ लागत होता. दुसऱ्या हातातली पिशवी बरीचशी जड असावी, पण आजोबा काही तिला खाली ठेवत न्हवते. मी गेले आणि ती पिशवी आजोबांकडून घेऊन तिथे त्यांना मदत म्हणून उभी राहिले. टीसीने त्यांचे तिकीट बघितले आणि आम्ही स्टेशनवर चालत चालत एका बाकावर येऊन बसलो. ते सामान थोडे जास्त होते, म्हणून आजोबांना दम लागलेला... थोडा वेळ बसून त्यांनी पाणी पिले आणि शांत झाले.

माझे शिक्षण आणि कॉलेज विचारले. मला गप्पा मारायला आवडतात म्हणून मी पण थोडा वेळ गप्पा मारत बसले.

आश्चर्याची गोष्ट म्हणजे आजोबांचे अस्खलित इंग्रजी! फार छान आणि स्पष्ट बोलत होते आजोबा... आणि बोलता बोलता विषय आला आजींचा... फार छान आणि प्रसन्न हसले ते आजोबा! आणि मग आजींबद्दल एवढं भरभरून बोलायला लागले की नव्याने प्रेमात पडलेला प्रियकरचं तो जणू... त्यांच्या डोळ्यांमधली चमक आजींविषयीच प्रेम अगदी अधोरेखित करत होती. आणि त्या बोलण्याचा शेवट झाला आजोबांच्या डोळ्यातील हलक्या पाण्याने... आजींना जाऊन दोन महिने झालेले आणि आजोबा आता या क्षणी पूर्ण एकटे होते...

थोडा वेळ शांततेत गेल्यावर आजोबा म्हणाले, " *माय वाईफ इस माय हॉपिनेस ॲन्ड विल फॉरेव्हर!...*"

मी शेवटी आजोबांना न राहवून विचारले की आजोबा तुम्ही कोण होतात ? तर ते म्हणाले की, ते इंडियन आर्मीमधून मेजर म्हणून निवृत्त झाले आहेत आणि पुन्हा तसेच गोड हसले. "फार कमी वयात म्हणजे अगदी विसाव्या वर्षी मी भरती झालो. लवकर सेटल झालो म्हणून लवकर लग्न झाले माझे! शरू तशी माझ्यापेक्षा फक्त एक वर्षाने लहान होती. लग्न झाल्यावर दादरला राहायला आलो आणि एका महिन्यातच मी परत ड्युटीवर गेलो. सहा महिने लांब राहणे, सुरवातीला तिला खूप अवघड गेले. यथावकाश शिकली हळूहळू नेटाने संसार करायला. मुलबाळ होत न्हवते, म्हणून खूप रडायची. मग मी परत आलो की छान दिवस जायचे. रोज संध्याकाळी दादर चौपाटींवर चालायला जायचो. दर सहा महिन्यांनी येणारा तो एक महिना फार छान असायचा गं! गोड होती माझी शरू... आता अवघड जातं गं सगळंच! त्या चौपाटीवरच्या संध्याकाळी, गप्पा सगळं असं लखख आठवतं

आता... आधी मी लांब होतो आता ती लांब आहे! आता परत ही आयुष्याची ड्युटी संपली की कायमसाठी तिच्याकडे जायचंय..."

आजोबांचे हे शब्द जसेच्या तसे माझ्या कानात बराच वेळ घुमत होते. ना मी त्या शब्दांचे विवेचन करू शकत होते, ना त्या भावना व्यक्त करू शकत होते. तेव्हा सुचलेली ही कविता...

20. मला चमकायचं आहे!

मला माहितेय, मला चमकायचं आहे...
कधी चांदणी तर कधी सूर्य होऊन तळपायचे आहे...

अवघड वाटांची साथ आहे,
ध्येय क्षितिजापार आहे,
वेळेशी वैर आहे,
पण...
मला माहितेय, मला चमकायचं आहे...
कधी चांदणी तर कधी सूर्य होऊन तळपायचे आहे...

जखमांचे व्रण आहेत,
वेदनांचे मलम आहे,
रस्ताच काट्यांचा आहे,
पण...
मला माहितेय, मला चमकायचं आहे...
कधी चांदणी तर कधी सूर्य होऊन तळपायचे आहे...

भावनांचा कल्लोळ आहे,
अस्थिरसे मन आहे,
असंख्य विचार आहेत,
पण...
मला माहितेय, मला चमकायचं आहे...

कधी चांदणी तर कधी सूर्य होऊन तळपायचे आहे...

सूर्याचा प्रकाश आहे,
जिद्दीची वात आहे,
परिश्रमाचे निरंजन आहे,
कारण...
मला माहितेय, मला चमकायचं आहे...
कधी चांदणी तर कधी सूर्य होऊन तळपायचे आहे...

21. शांत किनारा

भेटीसाठी आतुर चाफासुद्धा आहे,
माझ्यासाठी नाही, पण त्याच्यासाठी येशील ना...
कित्येक रात्रींच्या चारोळी आहेत,
गालात हसून ऐकायला, एकदा तरी येशील ना...
मनात माझ्या काही हळवे कोपरे आहेत,
तुझ्यासमोर मोकळा होईन, सावरायला येशील ना...
मी शांत किनारा,
तू अवखळ लाट होशील ना....

22. आस

वेड्या या मनाला ,समजवावे तरी कसे...
तोल ढळू पाहताना, सावरावे तरी कसे...
डोळ्यांच्या सागरात हरवताना, थांबवावे तरी कसे...
सर्व समजून देखील, उमजावे तरी कसे...

उमजून देखील सारे, मी माझी राहत नाही....
खोल त्या सागरात, आता मी तरू शकत नाही....
तोल सावरून देखील, विरताना थांबवू शकत नाही....
वेडचं मन ते, समजावून ऐकू शकत नाही...

तुझ्या अस्तित्वाच्या खुणांवर, अजून तरंगते आहे...
विरहाची चांदणी आता, चंद्राच्या शोधात आहे....
तुझ्या पाऊलावर पाऊल ठेवताना, मन भरून येत आहे.....
एक तू एक मी, सोबतीची आस आहे...

किती छान वाटतं ना असं काही वाचायला... नव्याने प्रेमात
पडलेली ती, दूरवर असणारा तो... भविष्यात काही क्षण एकत्र
मिळतील, याच्या विचारात ती...
आपल्या आजकालच्या पिढीमध्ये सध्या 'लॉग डिस्टन्स
रिलेशनशिप' हा प्रकार सर्रास ऐकायला मिळतो... पण, हा

प्रकार तसा फक्त आपल्या पिढीपुरता मर्यादित नाही.

नवीन लग्न झालेले राजा राणी... राज्यावर अचानक आलेले संकट... युद्धावर गेलेला राजा... नव्याने राजाच्या प्रेमात पडलेली राणी आणि पुन्हा परतण्याचा वचनावर आपली जबाबदारी समर्थपणे पेलायला मार्गस्थ झालेला राजा... अशा आशयाची एक कथा माझ्या वाचनात आली. त्या राणीने राजा दूर असताना तिच्या भावना एवढ्या समर्पक आणि भावनिक शब्दांमध्ये मांडल्या होत्या की महालात मावळत्या सूर्याला बघत राजाला आठवणारी ती राणी आपल्या नजरेसमोर उभी राहते...

आपल्या सोबत नसलेल्या व्यक्तीवर ती नसतानासुद्धा प्रेम करायचे, ह्याला खरंच किती धैर्य लागतं ना... मग ती व्यक्ती फक्त आपला प्रियकर किंवा आपली प्रेयसी असेलच असं नाही... आपल्या जवळ नसणारी आपली जवळची व्यक्ती, एखादी वस्तू, एखादं झाडं... काहीही असू शकते! महत्वाचे हे आहे की आपण ते नसतानादेखील त्यांच्यावर तेवढ्याच तन्मयतेने प्रेम करत असतो. प्रेम, विश्वास, आदर हे शब्द जेवढे ऐकण्यास सुखद वाटतात, तेवढेच ते अनुभवायलादेखील असतात. पण त्यांना हाताळायचे कसे, हे मात्र आपल्या हातात असते. गैरसमज, वादविवाद, अहंकार अशा गोष्टींचा आपल्या नात्यावर किती फरक पडून द्यायचा, हे आपण ठरवायचे असते.

ती व्यक्ती जेव्हा आपल्या समोर असते तेव्हा हे प्रश्न सोडवणे, बऱ्याच अंशी सोपे असते. लांब असूनदेखील तेवढेच एकनिष्ठ आपण राहत असू, तर कोण वेगळं करू शकेल फुलला त्याच्या सुगंधापासून! आपल्या आयुष्यात बऱ्याच वळणावर असे होते की आपण अनुभवतो ती

व्यक्ती वेगळी असते आणि आजूबाजूच्या लोकांकडून ऐकलेले त्या व्यक्तीबाबतचे बोल वेगळे असतात. विश्वास कशावर ठेवायचा हे कळत नाही आणि नकळत चुका होतात. त्या चुका योग्य वेळ आल्यावर सुधारल्यादेखील जातात पण, तोपर्यंत शब्दांचे बाण समोरच्या व्यक्तीला घायाळ करतात. ती व्यक्ती बाण झेलणारी असेल तर, काहीही झाले तरी तुमचा गैरसमज दूर होईपर्यंत थांबते. पण, त्याच बाणांनी जर सहनशक्तीची हत्या केली तर पुन्हा एकत्र येण्याची शाश्वती नाहीच! यात चूक कोणीच नाही,दोन्ही बाजू बरोबर आहेत पण सरतेशेवटी व्यक्ती महत्वाची...

'आयुष्यात सोबत लाभणे', हे एखाद्या अनाथ निरागस जीवाला विचारा... वर्षानुवर्ष होकाराच्या प्रतीक्षेत असलेला वेड्या प्रियकराला विचारा... परदेशी स्थायिक झालेल्या आपल्या यशस्वी मुलाचे एक पत्र येईल, या विचारात असणाऱ्या वृद्ध आईवडिलांना विचारा... सगळं असेल त्यांच्याकडे, फक्त त्या व्यक्तीची सोबत नाही! *आयुष्याच्या ज्या वळणावर मनाला उमगते की काहीही झालं तरी बाकी गोष्टी नगण्य आहेत त्या व्यक्तीच्या सोबतीपुढे... तत्क्षणी मन मार्ग बदलून त्या सोबतीचा ध्यास घेते. ते वळण, ती ठेच, तो नकार, तो विरह अनुभवण्याआधीच त्या व्यक्तीची किंमत कळली तर आयुष्यप्रवास 'सुखद' होतो!*

23. साद

एक होती राजकन्या, एक होता राजकुमार...
ती थोडी अल्लड, तो मात्र शांत फार...

पावलापावलावर अडखळणारी ती, ओरडूनदेखील तिला
सांभाळणार तोच...
ती पण मग बिंदास होती, काही झाले तरी सोबतीला होता
तोच...

तो तिचा ध्रुवतारा, ती त्याची चांदणी...
मैत्रीचं होती ती, निखळपणे खोलवर रुजलेली मनी...

सर्वच छान होते, सुंदर आणि लोभस होते...
मार्ग वेगळे असले तरी, ध्येयच एक होते...

आणि मग,

राजकुमार अलगद दूर झाला, राजकुमारी तिच्याच विश्वात
होती...
मागे वळून बघितले तिने, तर आता ती तिथे एकटी होती...

डोळे बंद करून तिने, त्याला साद घातली...
नाही आला तो, पण ती साद देतच राहिली...

आज येईल, उद्या येईल, ती वाट पाहतच होती...
धीर सुटत होता पण, विश्वासाची ज्योत तेवत होती...

ऐकली असावी त्याने साद, दिसला तो तिला...
चेहऱ्यावर तेच हास्य ठेवून, आनंदाने पाहत होती त्याला...

त्याच्या नजरेत काही वेगळे होते, तिला अनोळखी असे...
आलेले शब्द तिने पण मग ओठांतच कैद करून ठेवले
जसे...

ती वाट बघत होती, तो आता तरी काही बोलेल...
तो मात्र शांतपणे बघत होता तिला, कसे हे सारे सावरेल...

त्याने अखेर तिला साद दिली, शेवटचीच असावी ती...
तिला कल्पना आली, पुन्हा गोड हसली ती...

त्याने सांगितलं, तो आता नाही सोबत राहू शकत...
जबाबदारीच्या पुढे, नात्यांच्या बंधनात नाही अडकू शकत...

पुन्हा ती गोड हसली, आणि हळूच मान डोलावली...
काय बोलणार होती ती, शब्दांनी तर केव्हाच साथ
सोडलेली...

तो पण मग आल्या पावली निघून गेला, ती तिथेच होती...
अजूनही मंद हसत, अश्रूंचा बांध थोपवत होती...

त्याच्यासमोर लगेच रडणारी ती, आजसुद्धा त्याचेच ऐकत
होती...
रडून हार मानायची नाही, हसून स्वतःला सावरत होती...

पुढे काय होणार होते, ना तिला माहीत होते ना त्याला...
राजकुमारी अजून त्याला बघत होती, दूर दूर जाताना...

मैत्री संपली हे मान्यच न्हवतं तिला, ती अजून वाट बघत
होती...
असंबंध ह्या कवितेसारखी, ती असंबंध हसत होती...

एक अध्याय संपला होता, दोघांच्याही आयुष्यातला...
ना त्याची सावली मागे फिरली, ना तो मागे फिरला...

एवढीच कथा होती, त्या राजकुमार आणि राजकुमारीची...
आयुष्यापटलावर कोरली गेली ती कहाणी, सखा आणि
सखीची......

24. असंबंध

खरंच का असे आहे,
सारेच वेगळे भासत आहे...
भासांचे खेळ आहेत अन्
शब्दांची चाल आहे...
अफाट गुंता आहे,
सोडवायचादेखील नाहीये...
असंबंध मी आणि असंबंध माझी कविता आहे!!!

25. यमक

शब्दांनीच साथ सोडावी, असे दरवेळी का व्हावे...
कधी कधी शब्द असूनसुद्धा बोलायला व्यक्तीच नसते!

ती नसते, ह्याला कारण देखील आपलाच हट्ट असतो...
विचारांची हार कधी कधी मनाला मान्य नसते!

सारेच विस्कळून जाते मग, ताळमेळ कशाचाच नसतो...
अश्रू, रात्री आणि गाणी कशालाच आनंदाचा लवलेशही
नसतो!

वागण्याची लय स्वभावाशी मुळीच जुळत नाही, अगदीच या
कवितेसारखी...
कारण यमक जुळवे, हा प्रयत्न कवितेने कधीच सोडून
दिलेला असतो!

26. शुभ्र चंद्र

धुंद स्वर आणि मंद ताल...
विरणारा सुगंध आणि चांदण्यांची चाल....

उंचावणाऱ्या लयीला सप्तकाची साथ...
अंधुक प्रकाशात स्वरांची बरसात...

तेवढ्यात दृष्टीस आला, एक तारा निखळणारा...
विरहाचा अग्नी की प्रेमाने झळाळणारा...

ओठांत विरलेल्या आता मुक्त झाल्या भावना...
रातराणीच्या सुगंधाप्रमाणे उमलणाऱ्या चेतना...

सारेच आता नवे आहे...
हवेहवेसे भासत आहे...

हळूच ढगाआडून डोकावणारा, शुभ्र शुभ्र चंद्र आहे...
शुभ्र शुभ्र चंद्र आहे...

'शुभ्र चंद्र' ही मला रात्री सहज सुचलेली एक कलाकृती!
आमच्या घराच्या त्या छोट्याशा खिडकीतून सहसा कधी चंद्र
दिसत नाही, पण त्या दिवशी मात्र त्याने दर्शन दिले. किती

तरी वेळ मी कल्पनेच्या हिंदोळ्यावर स्वार होते. तेवढ्यात एक टॅक्सी आली मोठमोठ्या आवाजात गाणी लावलेली... गाणेसुद्धा फार सुरेख होते बरं!

तुम आये तो आया मुझे याद,
गली मैं आज चांद निकला...

सुरवातीला थोडे कर्कश वाटणारे हे गाणे, हळू हळू टॅक्सी बरोबर लांब जाताना एवढे धुंद वाटले की हे क्षण इथेच थांबवेत! स्तब्ध व्हावे सारे आणि मी त्या धुंद तालावर बाहू पसरून घोंगवणारा वारा अंगावर झेलवा... आणि कुठूनतरी पुन्हा ते स्वर माझ्या कानी पडावेत... कोणीतरी त्या स्वरांना माझ्याजवळ खेचून आणावे... येताना सोबत एक रातराणी मात्र नक्की हवी!

हे एवढे सगळे कल्पनारम्य सुचल्यावर शब्दांना मनाच्या उंबरठ्यावर थोपवून धरणे, अशक्यच! निखळणाऱ्या ताऱ्याप्रमाणे ते कागदावर निखळले आणि शुभ्र चंद्र कागदाच्या पटलावर अवतरला...

कवितेतून प्रेम भावना जरी प्रतित होत असली तरी, ते प्रेम खरंच कोणावर आहे हे मलासुद्धा सांगणे कठीण! पण त्या चंद्राकडे बघून जे सुचत गेले, ते मी लिहीत गेले. रात्रीच्या निरव शांततेत सोबतीला कोणीतरी असावे, ही भावना कोणालाच चुकलेली नाही... मलासुद्धा नाही! या वयातले कल्पनारम्य असणे, खरंच खूप सुंदर असते, हे रात्री चंद्राला बघितल्याशिवाय उमगत नाही... आयुष्यात पहिल्यांदा

घडणाऱ्या गोष्टी कायमचं खास असतात, तशी ही देखील एक होती!

तरुण वयात पदार्पण करणाऱ्या सर्वांसाठीच चंद्र म्हणजे जणू जिव्हाळ्याचा विषय... 'शुभ्र चंद्र' ही कविता अशाच चंद्रावर प्रेम करणाऱ्या प्रत्येकासाठी!

चंद्राचा तेजोमय प्रकाश सर्वांनाच भावतो. तसाच प्रकाश आपल्या आयुष्यातदेखील कोणीतरी घेऊन यावा, एवढी साधी आपली अपेक्षा असते. एक सुखी आयुष्य आपल्या आवडत्या व्यक्तीसोबत जगण्यातला आनंद प्रत्येकाला लुटायचा असतो. वास्तवात हे सर्व खरंच एवढे सोपे असते का ?...

आयुष्यभराची सोबत हवी असली तरी, तो प्रवास सोपा असेलच असे नाही. काही अडथळे, काही विरह, कधीतरी विचारांचे मतभेद सर्वांना योग्य प्रकारे मार्गी लावावे लागते. मुळात एखाद्या व्यक्तीला मनापासून स्वीकारणे, हे अवघड असते! प्रेम, आवड या सर्वांच्या पलीकडे एक उत्कट भावना आहे, जिथंपर्यंत पोहोचण्याचा प्रवास म्हणजे आयुष्यभराची सोबत...

नव्याने प्रेमात पडलेल्या प्रत्येकाला एक हवीहवीशी ती गोड भावना सर्वकाही वाटते. अगदी आपले सर्वस्व त्या व्यक्तीला अर्पण करायची आपली तयारी असते, पण काही कालावधीनंतर जसजसे आपण त्या व्यक्तीला पूर्ण जाणून घ्यायला लागतो तसतशी विचारांची आणि सवयींची तफावत मान वर काढू लागते. ज्या गोष्टींवर आपण जीव ओवाळून टाकायचो ती गोष्ट दुय्यम स्थानी जाऊन, न पटणारे सवयी

आणि विचार अग्रस्थानी येऊ लागतात. प्रत्येक वेळी आपलेच विचार बरोबर, हे मनात पक्के होऊ लागते. स्वाभिमानाची कीड हळूहळू नात्याला पोखरू लागते. भांडण असो किंवा प्रेम, नात्यात तुझे माझे कधीच नसावे... तुझे माझे नात्यात आले की ना भांडण उरत ना प्रेम! बहरास आलेल्या गुलाबाच्या पाकळ्या हळूहळू कोमेजून जाव्यात, तसे नातेसुद्धा कोमेजून जाते. मग पुन्हा गुलाब फुलवायचा म्हणला तरी माती, पाणी, रोपटे इथूनच सुरुवात करावी लागते!

चंद्रालादेखील डाग असतात, तरी पण वर्षानुवर्षे आपण त्याच्यावर प्रेम करत आलोच आहोत की! मग एखाद्या व्यक्तीला जसे आहे तसे स्वीकारायला का जमत नाही आपल्याला... अपेक्षांची चटक एवढी लागते की मन आणि मेंदू उन्मम्त हत्तीसारखे वागू लागतात आणि ती सोबत आयुष्यभराची होतंच नाही!

त्यापेक्षा गुलाबाला काट्यांसाहित स्वीकारलं तर गोष्टी आपल्यासाठीच सोप्या होतील! *चंद्राचे डाग आणि गुलाबाचे काटे तेवढेच सुंदर असतात जेवढे आपल्या आवडत्या व्यक्तीचे काही कृष्णमेघ! थोडेसे गडद, थोडेसे वेगळे तरी त्यांच्याशिवाय आसमंत अपूर्ण असतो...*

'चांदण्यांची फुले' ह्या काव्यसंग्रहातील प्रत्येक कविता माझ्या अगदी जवळची आहे. ह्या सर्व कविता लिहिताना मी स्वतःला नव्याने ओळखत गेले. बऱ्याच अंशी विचारांना स्थैर्य मिळत आहे, याची अनुभूती झाली. समोर घडणारी एखादी साधी घटना, एका लेखकाच्या नजरेतून बघताना जाणवणारे सौंदर्य टिपायला शिकले. प्रत्येक गोष्टीची स्वतःची एक व्याख्या असते,ती व्याख्या शिकताना उलगडणारा अर्थ किती खोल असू शकतो, हे जाणवले. लेखक हा सर्वात कल्पनारम्य व्यक्ती असतो. ते रम्यत्व मी मनापासून जगले. बऱ्याचदा निर्णय घेताना येणारे अडथळे, आजूबाजूच्या परिस्थितीचे न उरणारे भान या सर्वांमुळे, एका क्षणी 'कल्पनारम्य असणे',चूक आहे का, असे वाटायला लागले. पण ह्याच गुणाला स्वतःची जमेची बाजू बनवून, मी त्याला आकार देण्याचा प्रयत्न केला. स्वतःमधील हे वेगळेपण माझे मलाच गवसले आणि चांदण्यांच्या फुलांची बाग बहरली.

ह्यातील काही कवितांच्या खाली मी माझे विचार मांडले आहेत. हळूहळू जगाची जाणीव होणाऱ्या, स्वतःच्या कोशातून बाहेर येणाऱ्या एका कल्पनारम्य मुलीचे हे विचार आहेत. ते सर्वांना पटतीलचं असे नाही! मी ज्या वातावरणात वाढले, कुटुंबामध्ये वाढले त्या सर्वांची छबी तुम्हाला नक्की यातून दिसेल. एक स्वच्छंद आणि मुक्त विचारसरणी असणारी मी मुलगी आहे. माझा इथपर्यंतचा प्रवास हा तुम्हा सर्वांशिवाय खरंच अपूर्ण आहे. मला माझ्या कविता आणि विचारांसकट स्वीकाराल, ही अपेक्षा मी नक्की करते.

चांदण्यांची फुले अशीच बहरत राहतील, आसमंतातील अढळ ध्रुवताऱ्यासारखी!

www.ingramcontent.com/pod-product-compliance
Lightning Source LLC
Chambersburg PA
CBHW060225170726
48004CB00004BA/1446